காலிடுக்கில் ஒப்பந்தங்கள்
(ஆல்காவின் வாழ்வியல் எண்ணத் துணுக்குகள்)

ஆல்கா

THIRUNANGAI PRESS

காலிடுக்கில் ஒப்பந்தங்கள்
(ஆல்காவின் வாழ்வியல் எண்ணத் துணுக்குகள்)
ஆல்கா
முதற்பதிப்பு: 2023

அட்டை ஓவியம்: கல்கி சுப்ரமணியம்

அட்டை & புத்தக வடிவமைப்பு:
லார்க் பாஸ்கர் & ர.ரேவதி

வெளியீடு:
திருநங்கை ப்ரஸ் LLP
மின்னஞ்சல் - thirunangaipress@gmail.com

பக்கம்: 56
விலை: ரூ.100/-

அன்புள்ள,

ஆல்கா மகளுக்கு அம்மா எழுதிக் கொள்வது. உன்னுடைய கவிதைகளைப் படித்தேன். மிகவும் அருமை. இப்படி ஒரு திறமையை வைத்துக் கொண்டு ஏன் கலங்குகிறாய். எல்லோருக்கும் இத்திறமை வராது. மனம் தளர வேண்டாம். என்னுடைய வாழ்த்துக்கள்.

இப்படிக்கு
அம்மா. ராஜாமணி
28. 11. 23.

அம்மா ராஜாமணி, எழுத்தாளர் கல்கி அவர்களின் தாயார் ஆவார்.

அணிந்துரை

ஆல்கா அவர்களின் கவிதை நூல் வாழ்க்கை அனுபவங்களை அதிர அதிர சொல்லும் ஒரு தொகுப்பு. அழகியல் பார்வையில் மட்டுமே வாசித்தால்அவரின் நெடுங்கவிதைகள் பருகப்பருக சுவை தீராத இன்பத்தேன். வாழ்வியல் பார்வையில் வாசிக்கும் பொழுது தன் பெண்மையை போற்றி, தன் சுய அடையாளத்தை தன்மானத்துடன், பெருங்கர்வத்துடன் கொண்டாடும் ஒரு திருநங்கையின் படைப்பாக காண்கிறேன்.

பெருந்தீயில் இருந்து எழுந்து வந்த ஒரு அக்னிப் பறவையைப் போல, சுழற்றி சுழற்றி அடிக்கும் வாள் வீச்சைப் போல பெரும் உணர்வு பொங்க ஒவ்வொரு கவிதையையும் அற்புதமாகப் படைத்திருக்கிறார் ஆல்கா.

"நிலையேன் என்று நினைத்தாயோ" என்ற கவிதையில்

நீ தொடுத்த உளியாலே
உடல்செதுக்கிச்சிலையானேன்....
உன்சூழ்ச்சிமிகு சூளையிலே
புடம் ஏற்று பொன்னானேன்......
மாசறு பொன்னானேன்......

சமூகம் என்ற கட்டமைப்பு தன்னைப் புறக்கணித்தாலும் குடும்பம் ஒதுக்கினாலும் தனது திருநங்கை என்ற அடையாளம்யாராலும் வீழ்த்த முடியாத உயரத்திலும்உயர்வானது, தன் மீதான சுயமதிப்பு என்பது அனைத்திலும் உயர்ந்தது என்று இந்த கவிதையில் நிரூபிக்கிறார் கவிஞர்.

ஒவ்வொரு திருநங்கைக்கும் கர்வம் இருக்கவேண்டும். தன்மீதான தலைகுனியாத சுயமதிப்பீடு உயர்ந்திருக்கவேண்டும். தன்னை ஒரு மனுஷியாக இந்த உலகம் ஏற்கிறதோ இல்லையோ அவள் தன்னை குறித்தான பெறும் காதலுடன், அக்கறையுடன் வாழவேண்டும், அந்த வாழ்தல் பெரியது,

"தூற்றிடினும் தோன்றிடுவேன்" என்ற கவிதையில்

நீ பேடு என ஒதுக்கிடினும்
பேதை என துரத்திடினும்

பெண்மையெனும் உணர்வு போற்றி
உடல் செதுக்கிப் போற்றிடுவேன்!
பெண்மைதனை ஏற்றிடுவேன்!
வலம் வந்து வாழ்ந்திடுவேன்!

புறக்கணிப்பின் வலிகளை கடந்து, பெண்ணாய், மதிப்புமிகு ஒரு திருநங்கையாய் தன்னை அடையாளப்படுத்த பலபோராட்டங்களை வென்று வாழ்வில்வெற்றி கண்ட ஒருவரால் மட்டுமே இவ்வாறு எழுத முடியும். இந்தக்கண்ணாடி ஒரு கவிதை, ஆல்காவின் வரிகளில் என்னை காண்கிறேன்,

நகைச்சுவையும், நையாண்டியும் கலந்த கவிதை **"டிஜிட்டல் வாழ்க்கை"** வரிகளை ரசித்தேன்.

ஆர்ட்டிபிசியல் ஆரம் சூடி
அந்தி நேரம் அவள் வருகை
இனியவளே என அழைக்க
பதிலளித்தாள் கூகிள் மங்கை

நாள்தோறும் மாறிவரும் தொழில் நுட்பத்தில் செயற்கை நுண்ணறிவு பல ஆச்சரியங்களை தருகிறது. வியப்பும், திகைப்பும் ஒருவித பயமும் உண்டாக்காமல் இல்லை. ஆனாலும் இக்கவிதை என்னை மிகவும் கவர்ந்தது.

"அன்றாடம் எந்திரமாய்" என்ற கவிதையில்

வலியால் வலுவிழந்த கால்கள் இரண்டும்
எனைப்பார்த்து ஏளன ஓலம்!
நன்றாயிருக்கும்....நலமாயிருக்கும்..
தண்ட மடி நீ....

பணிபுரிபவர்களின் அன்றாட அள்ளல்களை நாம் உணர்ந்துகொள்ள ஒரு எளிமையான கவிதை படைத்திருக்கிறார். கால்களின் புலம்பலும் கோபமும் புதுமை.

காதலை கொண்டாடும் கவிஞர்கள் மத்தியில் காதலை முற்றிலும் மறுத்து அந்த மறுத்தலையே கொண்டாடும் கவிஞராக ஆல்காவை காண்கிறேன். அது எனக்கு வியப்பை தருகிறது. பல திருநங்கைகள் காதல் தோல்வியில் உயிரை மாய்த்துகொண்டதை உணர்ந்தவர்

ஆல்கா. காதல் மீதான அவரின் எதிர்ப்பு என்பது தவறான காதல், கண்மூடித்தனமான காதல் மீதான எதிர்ப்பாகத்தான் காண்கிறேன். உண்மைக்காதலை அவர் எதிர்க்கவில்லை.

'காலிடுக்கில் ஒப்பந்தங்கள்' திருநங்கையர் இலக்கியத்தில் கொண்டாடவேண்டிய இன்னொரு அற்புதப் படைப்பு. இன்னும் ஆல்கா அவர்கள் நிறைய எழுதவேண்டும் என்று கேட்டுக்கொள்கிறேன்.

எழுத்தாளர்
கல்கி சுப்ரமணியம்

எழுத்தாளர் அறிமுகம்

ஆல்கா.பி.ஆரோன், ஒரு மாறியப்பாலினபெண் எனக் குறிப்பிடுவதையே விரும்புபவர். தம்மை அரவாணி, திருநங்கை என தனிப்பெயர்களுடன் அழைப்பதையோ அல்லது அந்த அடையாளங்களையே அரசியல் படுத்தி, கட்டமைப்பு ரீதியாக தனி சமூகம் என ஒதுக்கி,சமூக நலத்திட்டங்கள் வழங்குவதோ அல்லது பெறுவதோ பொருத்தமற்றது. குடும்ப ஒருங்கிணைப்பு, ஒருங்கிணைந்த கல்வி, திறன் வளர்ப்பு மற்றும் வேலை வாய்ப்பு மட்டுமே திருநங்கைகளின் சமூக பிரச்சனைகளுக்கு முழுமையான நீண்டகால தீர்வாக இருக்கும் என நம்புபவர். எனவே இந்த குறியீடுகளை முன்னிறுத்தி வழங்கப்படும் எந்த வித அரசு திட்டங்களையும் பெறுவதில்லை என்ற உறுதியுடன் வாழ்பவர். திருநங்கைகள் பொது சமூகத்தில் இருந்து விலகி, தனிப்பட்ட குழுக்களாக வாழ்ந்து வரும் சூழலில், தனது குடும்பத்தை விட்டு வெளியேறாமல் ஒரு மகளாகவே வாழ்ந்து வருகிறார். ஆனாலும் அதிகப்படியாக,மாறியப்பாலின உணர்வால் குடும்பம் மற்றும் சமூகம் விளைவிக்கும் புறக்கணிப்பை கருத்தில் கொண்டு அதனால் ஏற்படும் உரிமை மீறல்களுக்கு எதிராக தொடர்ந்து குரல் எழுப்பி வருபவர்.

திருநங்கையர்களுக்கென தனிபட்ட வாழ்க்கைமுறை என்பது சமூக புறக்கணிப்பின் தாக்கம் என கருதும் இவர், திருநங்கைகள் பெண்களின் ஒரு உட்பிரிவு, தங்களுக்கும் சமத்துவ உரிமை வேண்டும் என்ற கருத்தியல் ரீதியாக செயல்பாடு வருபவர். இவரின் சமூக ஒருங்கிணைப்பு என்பது உரிமை கோருவதோடு மட்டும் நின்றுவிடவில்லை. தொண்ணூறுகளில் மாறியபாலினத்தவர் தொடர்ந்து கல்வி பெறுவதில் சவால்கள் இருந்த போதிலும், இளம்கலை ஆங்கில இலக்கியம், முதுகலைபொது நிர்வாகம் படித்துள்ளார்.(1998-2002). தொடர்ந்து விவசாயம்மீது இருந்த ஆர்வத்தால் மகாராஷ்டிரா,அக்கோலா மாவட்டதிலுள்ள விவசாயக்கல்லூரியில் தாவர நுண்ணுயிரியல் படித்து அங்கேயே வெள்ளை முசலி என்னும் மூலிகை பயிரிடும் ஆலோசகராக சில ஆண்டுகள் பணியாற்றியுள்ளார்(2003).

பின்னர், தமிழ் நாடு டாக்டர் எம் ஜி ஆர் மருத்துவபல்கலை கழகத்தின், மருந்தாய்வுத்துறையில் மக்களின் நலம் மற்றும் மகப்பேறு கவுன்சிலராக பயிற்சி பெற்று (2004), தொடர்ந்து

நாமக்கல் மாவட்டத்தின் தலைமை மருத்துவமனை, திருச்செங்கோடு, பரமத்தி வேலூர், சேந்தமங்கலம், கொல்லிமலை பல மருத்துவமனைகளில் கர்ப்பிணி பெண்களுக்கு கவுன்சலிங் வழங்கியுள்ளார் (2004 – 2007) இந்த பணியை தொடர்ந்து சென்னை, கீழ்பாக்கம் மருத்துவக்கல்லூரி, ஆர் எஸ் ஆர் எம், மகப்பேறு மருத்துவமனைகளிலும் தொடர்ந்து கவுன்சிலராக பணியாற்றியுள்ளார். தான் வாழ் நாளில் பல லட்சம் பெண்களுடன் அவர்களின் உடல் நலம் மற்றும் குடும்ப நலம் குறித்து ஆலோசனை வழங்கியுள்ளார். குறிப்பாக கீழ்பாக்கம் மருத்துவமனையில் பணி புரியும்போது கர்ப்பிணி பெண்களின் ஊட்டசத்து ரீதியான ஆலோசனைகளாக, அதிக பொருள் செலவில்லாமல் எளிமையான பலவகையான ஊட்ட சத்து உணவுகளை சமைப்பதுகுறித்து செயல்முறை விளக்கமாக வழங்கியுள்ளார். தவிர்க்க முடியாத காரணத்தால் தாய்ப்பால் கொடுக்க இயலாத தாய்மார்கள், எவ்வாறு பாலூட்டும் உபகரணங்களை வீட்டிலேயே முறைப்படி கிருமிநீக்கம் செய்து,குழந்தைகளுக்கு நோய் தொற்று வராமல் தடுக்கும் விதத்தில் செயல்முறையாக காண்பித்து ஆலோசனைகள் வழங்கியுள்ளார்.

தொடர்ந்து குடும்ப வன்முறைதடுப்பு சட்டத்தை முன்வைத்து,குடும்ப வன்முறையில் சிக்கியுள்ள பெண்களுக்கும் ஆலோசனை வழங்குவது குறித்து பயிற்ச்சி பெற்றுள்ளார். குடும்பவன்முறை சூழலில் சிக்கி தவிக்கும் பெண்களுக்கு தொடக்க ஆலோசனை வழங்கி, குடும்ப பாதுகாப்பு அலுவலலர்கள், வழக்கறிஞர்களின் உதவியுடன் தீர்வு காண்பதற்கு பணி புரிந்து வருகிகிறார்.

குழந்தைகள் மீது அதீத அன்பு கொண்ட இவர், அவர்களின் உரிமைகளுக்காகவும் செயல்படுவதை முக்கிய குறிக்கோளாக கொண்டுள்ள இவர், தொட்டில் குழந்தைகள் திட்டத்தின் கீழ் செயல்படும் பச்சிளம் குழந்தைகள் பராமரிப்பு இல்லங்களில் பணிபுரியும் பராமரிப்பாளர்கள், தன் சுத்தம் எப்படி காப்பது, பச்சிளம் குழந்தைகளை எவ்வாறு கையாள்வது, உணவு ஊட்டுவது போன்ற செயல்முறை விளக்கும் காணொளியில் தன்னார்வலராக நடித்து காட்டியுள்ளார்(2008). அரசு பள்ளிகளில் தொடர் மருத்துவ பரிசோதனை முகாம் நடத்தி, தீவிர நோய்தாக்கப்பட்டிருக்கும் ஏழை குழந்தைகளை கண்டறிந்து அவர்களுக்கு தேவையான சிறப்பு சிகிச்சைகளை பப்ளிக் ப்ரைவேட் பார்ட்ரஷிப் முறையில் ஏகம் எனும் திட்டத்துடன் இணைந்து பணியாற்றி பல குழந்தைகள்

மருத்துவ சிகிச்சை பெற உதவியுள்ளார் (2008-2010). தேசிய மற்றும் மாநில குழந்தைகள் அமைப்புக்களுடன் இணைந்து குழந்தைகள் உரிமை மேம்படவும், விழிப்புணர்வு ஏற்படுத்தவும், மாவட்ட அளவில் தனியார் மற்றும் அரசு உதவி பெறும் பள்ளிகளில் ஒருங்கிணைந்த குழந்தைகள் பாராளு மன்றங்கள் அமைத்து குழந்தைகளுக்கு பயிற்சிகள் வழங்கியுள்ளார். மேலும் குழ்ந்தைகளுக்கான பத்திரிக்கைகளில் வாழ்க்கை திறன் கல்வி குறித்த தொடர் எழுதியுள்ளார். செஞ்சிலுவை சங்கத்தின் ஆண்டு மலரில் சிறு குழந்தைகளுக்கு, ஆபத்தை விளைவிக்கும் விளையாட்டுக்களை தவிர்ப்பது குறித்து விளக்கும் வகையில் அவர்களுக்கேற்ப பாடல்கள் எழுதியுள்ளார்(2011).

இளைய பாரதம் என்ற பத்திரிக்கையில் வளர் இளம் மற்றும் பதிர் பருவத்தினரின் அன்றாட வாழ்க்கையில் ஏற்படும் உளவியல் விஷயங்கள், செயல்பாடு மற்றும் பகிர்தல், பெற்றோர், குழந்தைகளிடம் கடைபிடிக்க வேண்டிய நட்புரீதியான அணுகுமுறைகள் குறித்து "மனங்களின் ஊர்வலம்" என்ற தலைப்பில் தொடர் எழுதியுள்ளார்.

ஃபேமிலி ஹெல்த் இண்டர்நேசனல், சில்ட்ரென் இன்வெஸ்ட்மெண்ட் ஃப்ன்ட் பவுண்டேசன் போன்ற சர்வதேச திட்டங்களில் செஸ் நிறுவனத்துடன் இணைந்து குழந்கைகளுக்கான கவுன்சிலிங்குழு ஒருங்கிணைப்பாளராக, பல குழந்தைகளுக்கும் பெற்றோர்க்ளுக்கும் ஆலோசனை வழங்கியுள்ளார். குடும்பம் ஏற்க மறுக்கும் பல திருநங்கைகளின் பெற்றோருடனும் பேசி அவர்களை குடும்பத்துடன் வாழ வழிவகை செய்துள்ளார்.

சுற்றுப்புற சூழல் பாதுகாப்பில் ஆர்வமுள்ள இவர் கூஞ்ச் என்ற தேசிய அமைப்புடம் இணைந்து மறு சுழற்சி முறைகளை மேம்படுத்தி வருகிறார்.

ஆக்சன் எய்ட் நிறுவனத்துடன் இணைந்து **Act now on women's rights in Disaster – ANWORD** திட்டத்தின் மூலம், கடலோரப்பெண்களுக்கு பேரிடர்களால் ஏற்படும் வாழ்வியல் சிக்கல்களை இந்தியாவின் பல கடற்கரை வாழ்விடங்களுக்கு (குஜராத்திலிருந்து ஒடியா வரை) சென்று ஆய்வு செய்து, பரிந்துரைகளுடன் கூடிய ஆய்வறிக்கைகளை சம்பத்தப்பட்ட அலுவலர்களுக்கு குழுவாக வழங்கியுள்ளார். இதில் மீன்பிடி தடைகாலங்களில் கடலோரப்பெண்களுக்கு நிதி

உதவி, அவர்களையும் மீன்பிடி தொழிலாளர்கள் என அடையாளபடுத்தக்கோரும் பரிந்துரைகள் முக்கியமானவை.

மாற்றுதிறனாளிகளுடன் தொடர்ந்து தன்னார்வ பணிகளில் ஈடுபட்டுவருகிறார். குறிப்பாக மாற்றுத்திறன் பெண்களுக்கான உரிமை மேம்பாட்டில் ஈடுபட்டு வருகிறார். பார்வை குறைப்பாடுள்ள பெண்களுக்கு உடலியல் ரீதியான பயிற்சிகள் வழங்கியுள்ளார். சென்னை மெட்ரோ ரெயில் நிறுவுதலின் போது அனைத்து ரெயில் நிலையங்களும் அனைத்துவகை மாற்றுதிறனாளிகளும் பயன்படுத்த ஏதுவாக உள்ளதற்கான ஆய்வுக்குழுவின் உறுப்பினராக பணியாற்றியுள்ளார். தேர்தல் நேரங்களிலும் வாக்குப்பதிவு பூத்துகள் ஏதுவான சூழலுடன் செயல்படுத்துவதை உறுதி செய்வதிலும் பங்கு பெற்று வருகிறார்.

பிரேசில் நாட்டின் சவ்பவ்லோ என்ற இடத்தில் அரசியல் கல்வி மற்றும் நிலம் மாசு படுவதை தடுக்கும் நிறுவனம்நடத்திய 3 மாத பயிற்சியில், உலகம் முழுவதும் இருந்துபங்கேற்பாளர்களில் ஒருவராக தேர்வாகி இந்திய அரசியல் கலாச்சார ரீதியான கருத்துக்களை பகிர்ந்து திரும்பி வந்துள்ளார்.

எல் ஜி பி எனும் பாலுறவு/பாலியல் ரீதியாக அடையாளபடுத்தும் சம பாலீர்ப்பாளர்கள், ஈர்பாலீர்ப்பாளர்களுக்குக்கான பிரச்சனைகள் வேறு, பாலின அடையாளம் ரீதியாக திருநங்கையர் மற்றும் திருநம்பியர்களுக்கு ஏற்படும் சமுக சிக்கல்கள் வேறு என்ற தெளிவுடன் செயல்பட்டு வருபவர். எனவே எல் ஜி பி டி ஐ க்யூ என்ற குழுவின் அரசியல் ரீதியான செயல்பாடுகளில் ஈடுபடுவதை அறவே தவிர்ப்பவர். மேலும் பல வெளி நாட்டு அமைப்புகளின் எல் ஜி பி கருத்தியல் ரீதியான கூட்டங்களில் கலந்து கொள்ள வரும் அழைப்புகளை தவிர்த்துவருபவர். திருநங்கைகள் உரிமைகளும் பெண்கள் உரிமைகளே என்ற உரிமை சார்ந்த அணுகு முறையில் முழு நம்பிக்கையுடன் செயல்பட்டு வருபவர்.

திருநங்கைகள் நிறுவன ரீதியாக செயல்பட்டு, திறன்வளர்ப்பதன் மூலமே முழுமையான உரிமை மீறல் சவால்களை எதிர்கொள்ள இயலும் என நம்புபவர். மாறியப்பாலினத்தவர் பாதுகாப்பு சட்டம் 2019 ல்மாறியப்பாலின உணர்விருக்கும் குழந்தைகள் குடும்பத்துடன் இணைந்து வாழ வழி வகை செய்யும் சட்ட குறிப்பை ஏற்படுத்த முழு முயற்சி எடுத்தவர்.

கோவிட் 19 தொற்று நேரத்தில் அதிக பாதிப்பை ஏற்படுத்திய பகுதியான வட சென்னையில் விழிப்புணர்வு, பரிசோதனை மற்றும் பராமரிப்பு வழங்கிய செயல்பாடுகளிலும் தீவிரமாக செயல்பட்டுள்ளார்.

தனது இளம் வயதில் அந்த வயதுக்கே உரிய ஆர்வத்துடன், தனது பழுப்பு நிற சருமத்தையும் தாண்டி போட்டி நிறைந்த மாடலிங்கிலும் ஈடுபட்டுள்ளார். வடக்கு கர்நாடகாவில் பீதர் மாவாட்டத்திலுள்ள நவாப் காலத்து கோட்டை சிதிலமடைவதை யுனஸ்கோவிற்கு எடுத்துரைக்கும் வகையில் அந்த மாவட்ட கலக்டர் ஆல்காவைமாடலிங் செய்யவைத்து, கண்காட்சி நடத்தினார். தற்போது பீதர் கோட்டை யுனஸ்கோவின் பராமரிப்பின் கீழ் வருவதற்கு முக்கிய காரணமானவர்களில் இவரும் ஒருவர். அழகிப்போட்டிகளில் பங்கேற்று மூன்றுமுறை முடி அழகிற்கான பரிசுகளை வென்ற பெருமையும் இவருக்கு உண்டு.

தற்போது குழந்தைகள், பெண்கள்,மாற்றுத்திறனாளிகள் மற்றும் மாறியப்பாலினத்தவர் உரிமை ரீதியான அனைத்து செயல்பாடுகளிலும் ஈடுபட்டு வருகிறார்.

நிலையேன் என்று நினைத்தாயோ !

அழுதபடி பிறந்த என்னை,
அமுதென்றாய்....அழகாய்சிரித்து,
கனியேஎன்றாய்... அன்பாய்கொஞ்சி
துவண்டுதளர்ந்து தவழ்கையிலே
மணியே என்றாய்...
மழலைகொஞ்சி மொழிதலிலே
கனியென கனிந்தாய்....
சுவடுதூக்கி அடவுசெய்ய சிலாகித்தாய்,
பேறுபெற்ற பாக்கியம்தான் என்றுரைத்தாய்...
உடல்வளர, உள்ளுணர்வும் உடன்வளர....
பெண்மைதனை நானுணர்ந்து நாணிநிற்க....
நாசமாய் போனதென்றாய்....
சுஉறுகெட்ட பேடுஎன்றாய்....
நான்உலகின் கேடுஎன்றாய்...
அணங்காய் நான்அரங்கேற....
அந்திசாயும் நேரம்பார்த்து....
காதலெனும் காவுகொண்டு
கலைத்திட்டாய்...கனிமனதை....
காமமெனும் திரியைதீண்டி
பொறியிட்டாய்மென்நெஞ்சில்....
மறைவில்தீண்டி உச்சம்எட்டி
என்னவனே ஏந்திழந்தாய்....
வெளியில்ஈனப் பிறவிஎன்று
பித்தகனாய் பிதற்றிநின்றாய்....
தீண்டதகா தீதுஎன்றாய்....

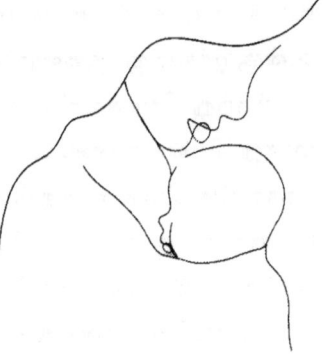

உறவைசொல்ல மறுத்துநின்று
ஊர்மத்தியில்அல்லலுற்றாய்...
வாரிசென்னில் வாராதென்று
வாதமிட்டு வதைத்துநின்றாய்
மனிதம்எனும் மாண்பறுத்து
கொடுங்கோலனாய் கொக்கரித்தாய்....
உடன்உறவை போலிஎன்று
வெட்கமின்றி பேதலித்தாய்...
என்னுள்ளுணர்வும் வீண்என்று
வெட்டிநியாயம் உளறிசென்றாய்....

மாய்ந்திடுவேன் மனமுடைந்து
எனநீயும் நினைத்தாயோ...
கேடுகளால் கொக்கரிக்கும்
கொடுமைமிகு சமூகமே...
பேதமையை பேணிநின்று
கூத்தாடும் குறைகுடமே.....
முதுகெலும்பு முறிந்துவிழ
வளைந்திருக்கும் புள்ளினமே...
நீதொடுத்த உளியாலே
உடல்செதுக்கி சிலையானேன்...
உன்சூழ்ச்சிமிகு சூளையிலே
புடம்ஏற்று பொன்னானேன்....
மாசறு பெண்ணானேன்.....
தீர்க்கமிகு மென்மைததும்பும்
பெண்மைமிகு நங்கையானேன்....
வாழ்வில் திருநங்கையானேன்.......
நான்நிலையேன் என்றுநினைத்தனையோ....

நிலைகொலைவேனென்று மகிழ்ந்தனையோ.......
ஆளுமைஎனும்.......அலைததும்பும்
ஆற்றல்கொண்டு.......வாழ்ந்திடுவேன்...
சமநிலையில் நின்றிடுவேன்........
தலைநிமிர்த்தி வாழ்ந்திடுவேன்.

காலிடுக்கில் ஒப்பந்தங்கள்

மூஞ்சிசெத்து, மூச்சடைத்து
முள்முனையில் நிற்கின்றேன்....
நினைத்தவளோ ஏய்த்துவிட்டாள்,
நிலைகுலைந்து நிற்கின்றேன்....
போறபோக்கில் போனஎன்னை....
துடுப்புகொண்ட தோணியென்றாய்...
துரோகிஅவள் துரத்தியதால்
துவண்டதுந்தன் தோள்கள்என்றாய்.....
தொங்கிய உன்தலைசாய...
தோதாய்எனை தோழியென்றாய்....
தொட்டுதொட்டு பேசிஎனை
துவளசெய்து தோள்சாய்ந்தாய் ..
தோள்சாயும் சமையத்திலே ,
என்தோளைவருடிவிட்டு தொற்றிநின்றாய்....
தேடிதேடிகிடைக்காத திரவியம்நான்
தேவதையாய் உனைஏந்தும்...
தேற்றிடும்ஓர் தெம்புஎன்றாய்
தேனேஎன்றாய்...மானேஎன்றாய்....
வார்த்தைஎனும் ஜாலம்கொண்டு
உணர்வில்ஊர்ந்து நீந்திநின்றாய்....

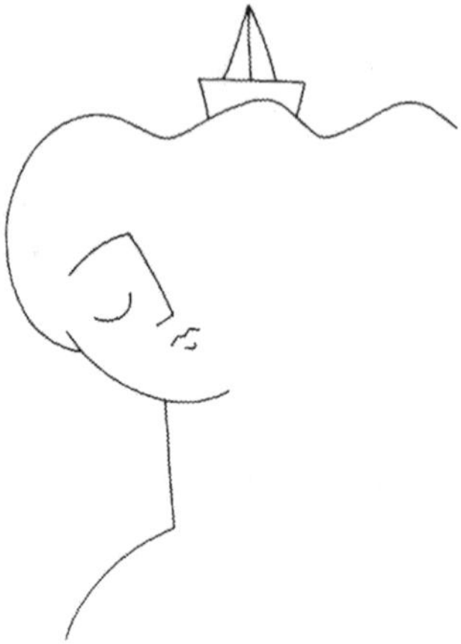

காத்துவாங்க வந்தஎனக்கு,
காதல்தர வந்தவனோ,
மண்ணில்இந்த காதலன்றி
வாழ்வதென்ன வாழ்க்கைஎன....

வாடிஒய்ந்த எனக்குமொரு
வாழ்வுவந்து சேர்ந்ததென்று
நினைக்குநிற்கும் சணத்தினிலே....
காலிடுக்கில் காமம்தேடி
கனிந்துகனிந்து களித்துநின்றாய்....
என்கனவனைத்தும் களவாடி
காலடியில் போட்டுநின்றாய்....
(நான்)கனிந்துநின்ற பொழுதினிலே....
கசிந்துருகி கன்னமிட்டாய்
காதல்கண்ணை மறைக்கையிலே
சொல்லிசென்ற வார்த்தையன்றோ...
வாழ்வெல்லாம் உடனிருப்பேன்....
பங்கெடுப்பேன், பேணிடுவேன்....
பாசமெனும் வலைவிரித்து
பாங்காய் உனைபராமரிப்பேன்..
அப்பப்பா....எனை மறந்து
இனித்தஉந்தன் ஏய்ப்பினிலே....
மெய்மறந்து இளித்துநின்றேன்...
கனவுலகில்....வாக்குரைத்து...
நினைவுலகில் வாழ்த்துரைத்து........
சணமும்என்னை பிரியேன்என்று....
பிதற்றிநின்ற பித்தகனே....

நொடிபொழுதில் எனைதுறந்து
சென்றதெங்கேகொற்றவனே.......
ஓஓ.....
உனதாண்மை போற்றிநிற்க....
வாரிசெனும் வரிசைகட்ட.....

மற்றுமொரு மாதிடத்தில்
நிரந்தரமாய் ஒப்பந்தமோ...
தொடர்கிறது கதைகதையாய்
காலிடுக்கில் ஒப்பந்தங்கள்........
கூடிநின்று குத்தகையாய்
குலவையிடும் தந்திரமோ......
மந்திரமாய் ஒலித்துநிற்கும்
தந்துநானேநா....மாங்கல்யம் தந்துநானேநா.....

காதலிகள் வண்ட வாளம்
தண்ட வாளம் ஏறியதோ....

சோடிசோடி காதல்சோடி....
சுட்டெரிக்கும் கடல்மணலில்,
துப்பட்டாவில் துயின்றிருக்கு......
நடைபயிலும் பூங்காவின்
புதருக்குள் புதைந்திருக்கு....
புதிர்தோய்ந்த, புனிதமென்று...
புத்திகெட்டு தாவிதாவி
பூப்பூவாய் பாய்வதிலே....
தேனிக்கூட தோற்றதையா
காமக்களி தாவுதலில்...
கடைதெருவின் கத்தரியாய்
உண்மைவந்து வீதியிலே...
பகடையாய் உருளையிலே
மாறிமாறி சேற்றிறைப்பு....
சொல்வதெல்லாம் உண்மைவரை
செல்லுலாய்டில் பஞ்சாயத்து...
ஒருவனுக்கு ஒருத்திஎன்ற
கண்கட்டி வித்தைகட்கு....
வந்ததன்றோ...கேடுஇப்போ.......
அடடா....அடடா....
ஒருத்திமாத்தி ஒருத்தியோடு
ஓடிப்போன கதைகளென்ன.....
ஒண்ணுந்தெரியாத பாப்பாவோடு
போட்டதாள்பாள் தகர்ந்ததென்ன......

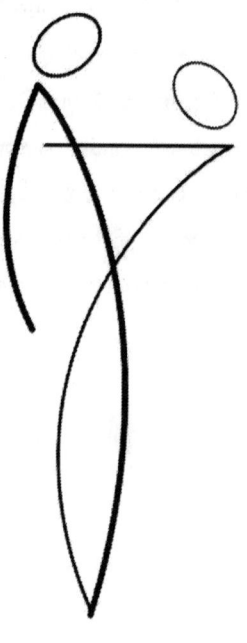

சாதிஎன்ன..மதமுமென்ன....
சாக்கடையில் சாய்ந்ததென்ன........
வெத்துவேட்டு வேதாந்தம்
வெட்கிநின்று வீழ்ந்ததென்ன
ஆதலினால் காதல்செய்து
ஓய்ந்திருப்பீர் மாநிடரே....
மூச்சுவாங்கி ஓடிபிடித்து
காதல்செய்த லட்சணமே.....
புனிதசாயம் பூசிவிற்ற.....
புரிந்துணர்வு போனதெங்கே.....
காதல்களி வண்டவாளம்...
தண்டவாளம் ஏறியதோ....
மண்ணும் இந்தமடமைதனை
நாளும்நாளும் போற்றிடுமோ...

காதலுக்குப் பேறு ஒன்றே தகுதியென்றால்

துள்ளியோடும் பருவத்திலே.......
பள்ளியிலே படிக்கையிலே....
பத்தாம்வகுப்பு தேர்வாகி.....
படிதாண்டி நிக்கையிலே....
பகலவனின் கதிர்போல
காதல்எனுள் பாய்ந்ததுவே....
எதார்த்தமாய் அவன்பார்க்க...
கிறக்கமான அவன்நோக்கில்
நெக்குருகி நிலம்நோக்கி
பதார்த்தமாய் காதலுற்றேன்....
யாரிடம்போய்
சொல்லிடுவேன்...
சொர்க்கபுரி உணர்வுதனை....
பரஸ்பரமாய் பரிமாறி
நாள்முழுதும் நான்திளைக்க
கமுக்கமாய் என்காதல்
கால்கடுக்க காத்திருக்க....
அவனொரு நாள்விட்டானே
காதல்அம்பை தமக்கைமீது....
துடிதுடித்தேன், துவண்டுநின்றேன்.......
நிர்மூல நிலையினிலே....
நானானேன் அவரிருவர்...
காதல்விடும் தூதானேன்....
(ஷ)சணநேரம் சலித்ததில்லை....
பூக்கள்விடும் தூதுகளுள்,

காதல்மடல் பரிமாற
பக்குவமாய்........ தினம்தினமும்....
அவர்இருவர் உருட்டிவிட
காதல்களி சதுரங்கத்தில்
பகடைக்காய் தானானேன்.....
பாவிமனம் கேக்கலையே
பரிதவிப்பும் தாங்கலையே....
தமக்கையிடம் தனித்துநின்று....
அவன்மீது நான்கொண்ட
காதல்தனை எடுத்துரைக்க...
அவளுக்கு வந்ததுவே
வேகவேக வெப்புராளம்.....
நீலிசூலி காளியாகி
வெறிகொட்டி தீர்த்துநின்றாள்...
நீஅதுவுமில்லை எதுவுமில்லை....
பேறுபெற வழியுமில்லை....
உளுத்துபோன மூஞ்சிக்கு
காதல்ஒரு கேடோஎன்றாள்
அவனுக்குநீ தகுதியாமோ
தறிகெட்ட தரித்திரமே
பொழப்பைகெடுக்கும் நெனைப்புஇது....
நிறைவேறாக் காதல்என்றாள்....
பம்முனைகவர் தாக்குதலால்....
காதல்தனை கருக்கிவிட்டாள்...
என்வாயை அடைத்துவிட்டாள்....
முளைவிட்ட எனதன்பை
முட்பரப்பி புதைக்கசெய்தாள்....
அவள்தூற்றிய ஆதங்கத்தில்....

ஒதுங்கிநின்றேன் வேடிக்கையாய்.....
எனக்கெதுவும் புரியலியே
புத்திக்கும் எட்டலியே
மாசற்றஎனதன்பு வக்கிரத்தின்உச்சமாமே...
உலகறிந்த மானிடரே...
என்உணர்வறிய மாட்டீரோ.......
வீடெங்கும் கொண்டாட்டம்,
வீதியெங்கும் கும்மாளம்........
ம்ம்ம்....
காதல்நிறை வேறியதாம்...

மேளமென்ன தாளமென்ன....
சாத்திரமென்ன, சம்பிரதாயமென்ன....
அக்கினியாம், மெட்டியாம்....
அம்மியாம், அருந்ததியாம்...
ஓரமாய் வெட்கிசொக்கி,
கூனிகுருகி நான்நிற்க....
காதல்நிறை வேறிவிட்ட
எகத்தாள பார்வையிலே....
கேலியென்ன...கிண்டலென்ன
வெற்றிபெற்ற பெருமையென்ன...
பேயறைந்து போனேன்நான்....
பேசாமடந்தை யானேன்நான்
பால்குடத்தில் கைநுழைத்து
விளையாடி முடித்தபின்னே...
கூட்டம்சேர்ந்து கூட்டிவிட்டது....
வாய்நிறைய வாழ்த்துசொல்லி
அதுவும்ஒரு சடங்காமே....

எனக்குஅது சகிக்கவில்லை,
சீரணிக்க திராணிஇல்லை......
தினந்தோறும் முகநூலில்
தேனிலவு திருநாளாம்
கொஞ்சிதொஞ்சி, பல்லிளித்து
அவனுடனே நெருங்கிநின்று
படம்படமாய் வெளியிட்டு....
பாதகமாய் கோத்துவிட்டாள் (TAG)
பகடியாக பதிவுசெய்தாள்.......
என்னேஒரு வில்லத்தனம்....
மாதம்சில கழிந்ததுமே....
வீங்கிநின்ற வயிற்றுமீது,
வரிவரியாய் மருதாணி
ஓவியத்தை விரித்துகாட்டி....
பற்பல கோணத்திலே
பீத்தலாக வியாக்கியானங்கள்.......
பெண்மையாம், மேன்மையாம்,
பேறாம், பெருமையாம்....
நடுநடுவே அவன்வேறு,
அவள்வயிற்றில் முகம்புதைத்து,
அவன்ரத்தத்தின் விதைமுளைத்த
பெருமைதனை காட்டிநின்றான்.....
அடமூடர் கூட்டங்களே....
காதல்குணம் அறிவீரோ
உடல்சார்ந்த சேர்க்கைஅது.... .
பேறுபெறும் காதலென்றால்....
அன்புக்குண்டோ அடைக்கும்தாள்
எனும்கூற்று பொய்த்ததுவோ...

காதலுக்கு பேறுஒன்றே
தகுதியென்று நினைத்திருக்க...
தெருவுக்கொரு கருத்தரிப்பு
மையத்தின் தேவையென்ன....
வரிசைகட்டி நிற்பதென்ன.....
வாரிசுக்காய் தவிப்பதென்ன.......

பெண் போற்றும் பொதுநிமதி

கதைகதையாம் கதைகதையாம் காரணமாம்....
சதைசதையாய் சாய்ந்ததிந்த பூவுலகாம்....
உடல்மொழியால் உழுத்ததிந்த உலகமுமாம்...
உச்சம்தொட்டு ஊன்றுநிற்கும் ஆணினமாம்...
உரிமம்கேட்கும் மாதர்தம்மை அடக்கிடுமாம்...

ஜாண்பிள்ளையானாலும் ஆணுரிமைஅவனுக்குண்டாம்....
பெண்மையென்றும் ஆணினத்தினுள்
அடங்கியிருக்கும் அடைக்கலமாம்....
அவளுக்கில்லை உலகமய
விரிந்திருக்கும் வாய்ப்புகளாம்...
அணங்கவளின் அதிகாரமும்
அவனிடமே அந்திமமாம்....

தம்மகளாய், சோதரியாய்
பந்தபாசம் எனும்பெயரில்....
பிறப்புமுதல் இறப்புவரை
அவளுக்கென்றும் அடக்குமுறை...
காரிகைக்கு வெளியுலகில்
உலவிடவும் உரிமையில்லை.....
தினம்தோறும் ஆபத்தெனும்
தொல்லைமிகு தொடர்மிரட்டல்.....
ஆணினத்தின் புரியாத
புதிர்நிறைந்த விதிகள்தன்னில்...
வழிவழியாய் வந்ததிந்த

வலிமைமிகு வன்சுரண்டல்.......
அவளென்ன அலையுமிடம்
கானகமோ வானகமோ....
மிருகம் வந்துஆபத்தை
விளைவித்து துன்பமுற....
ஆண்மிருகம் தறிகெட்டு
அடங்காமல் அலைந்திடாமல்...
பெண்போற்றும் பொதுநியதி
கற்பதெப்போ.....காண்பதெப்போ ...

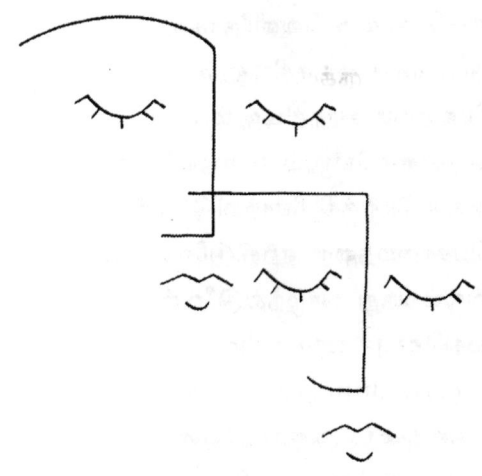

தூற்றிடினும் தோன்றிடுவேன்

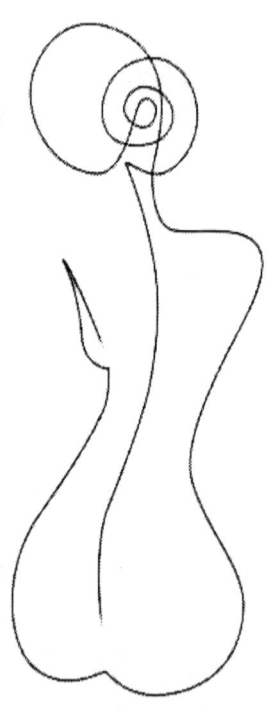

கருவாய் உருவாகி
பெண்சிசுவாய் பிறந்திடினும்
கள்ளிப்பால் தனையூட்டி
மகவழிக்கும் மானுடமே...
பிரசவித்த உடன்எந்தன்
உணர்வறியா உடன்உறவே....
என்பெண்மை வெளிநோக்க
நீபேடுஎன ஒதுக்கிடினும்,
பேதைஎன துரத்திடினும்....
பெண்மையெனும் உணர்வுபோற்றி
உடல்செதுக்கி போற்றிடுவேன்....
பெண்மைதனை ஏற்றிடுவேன்.....
வலம்வந்து வாழ்ந்திடுவேன்...
மதிகெட்ட மானுடமே....
உன்கள்ளிப்பாலும், கழுதைப்பாலும்
எனைதீண்ட அனுமதியேன்....
உறவுமறுத்து ஒதுக்கிடினும்,
கண்முன்னே வாழுகின்றேன்...
இன்னும்இன்னும் வாழ்ந்திடுவேன்....
தூற்றிடினும் தோன்றிடுவேன்......
பெண்மைபோற்றும் மாண்புதனை
எமதுருவில், அறிந்திடுவாய்...
தெரிந்திடுவாய்... ஏற்றிடுவாய்....
பேணிகாத்து போற்றிடுவாய்....

வாழியவே...

வாழிவாழிவாழியவே.......
தாயே, தமக்கையே...
தங்கையே, திருநங்கையே.....
கனவுலகின் நாயகனை......
காலத்துக்கும் தேடிதேடி....
குடும்பமென்ற குறுகலுக்குள்....
குறுகி போகலாகாதடி....
மிதமான மீறலையும்
சுட்டிக்காட்டி நின்றிடுவாய்....
அன்பென்னும் ஆயுதத்தால்
சூளுலகை சுட்டிடுவாய்
உன்மீது குறைசாற்றி
சுமையேற்றும் சுதந்திரத்தை
ஏற்றிடுவோர் எண்ணத்தை
தட்டிகேட்டு தகர்த்திடுவாய்....
அன்பென்றால் அடக்கமென்ற
காலம்போன கட்டுக்கதை....
கண்கட்டி வித்தைசெய்து...
உனைகட்டும் வினையறிந்து
கட்டுடைத்து முன்செல்வாய்
கல்விபெற்று உயர்ந்திடுவாய்
வித்தை பலகற்றிடுவாய்
கண்ணியமாய் கடமையொன்றே....
மாண்புதரும் மறந்திடாதே....

பெற்றகல்வி பேணிக்காக்கும்
எனநீயும் நம்பிடுவாய்....
உற்றதுணை உனதுரிமை
உன்கல்வித்திறன் எனஉணர்வாய்....
பலஅறிவு பெற்றுஉந்தன்
பேரறிவை வளர்த்திடுவாய்......
பட்டதெல்லாம் போதும்
எந்தன் பட்டு மங்கையே...
பரந்துயரும் பாருலகம்
உந்தன் முன்பிலே...
இனிஎங்கும்நீ, எதிலும்நீ..
எனநினைந்து செயல்படுவாய்...
நீயின்றிஅமையாது இவ்வுலகுநம்பிடுவாய்...
செம்மொழியை மனதேற்றி
செம்மையாக வாழ்ந்திடுவாய்.....
உன்செயலால் செம்மைபடும்
நங்கையினம் உலகறியும்...
திருநங்கையினம் மேன்மைபெற்று
வாழிவாழி வாழியவே...

எனதுரிமை

நல்லதோர் வீணையெனை
நலம்கெடவே புழுதியிட்ட....
புத்திகெட்ட பெற்றோரே...
புலம்அறியா உற்றோரே....

பிஞ்சிநெஞ்சம் பெண்ணுணர்வில்
பேதையாக நான்அடைந்த ..
.வலிதனையும் அறிவீரோ....
துடிப்பையும் நீர்உணர்ந்தீரோ..

எரிகொள்ளி மீதினிலே
எண்ணெய்தனை வார்த்தீரே....
என்இதய உணர்வனைத்தும்
பொசுங்கியதை அறிவீரோ...

அக்கம்பக்கம் கேலிகிண்டல்,
எடுத்துரைக்க நாதியில்லை...
அல்லும்பகலும் நான்பெற்ற
வல்லுறவை புரிவீரோ...

பள்ளிகற்கும் வேளையிலே
பட்டதுன்பம் யாரறிவீர்...
புத்தியுள்ள எனைஇகழ்ந்து..
அறிவிலிகள் ஆனீரே...

பதின்பருவ பாலுணர்வில்
நான்தவித்த தவிப்புதனை,
கருவுற்று எனையீன்ற
அன்னையுமே அறியலியே..

என்பெண்மை வெளிப்பாட்டால்
தகப்பன்வைத்த தீயினிலே...
சுட்டபுண்ணும் ஆறியதோ,
வடுஇன்னும் மறையலியே....

எனைஏற்கல் ஆகாதென்றாய்,
வெளிதள்ளி தாளடைத்தாய்....
என்வாழ்க்கை தனிவாழ்க்கை
ஆனதையும் அறிந்திடுவாய்,
சதைவிற்றேன், யாசித்தேன்...
அதற்குமுந்தன் ஆக்ரோசம்...
மாசைவீசி மறுதலித்தாய்....
மாண்டிடுவேன் எனநினைத்தாய்
வாழ்கிறேன்.. வாழ்கின்றேன்..
எனக்கென்று ஒருவாழ்க்கை...
வேதனையும் இங்குண்டு,
கேளிக்கையும் எனக்குண்டு.....
எனைகேள்வி கேட்காமல்.....
என்உணர்வை புரிந்து நட....
என்(மன)வலியை போக்குதற்காய்
நீமருந்து இடவேண்டாம்...
கண்கெட்டு போனபின்பு
பார்வைக்கொரு அர்த்தமுண்டோ

அன்புஎனும் அரவணைப்பை
நான்பிச்சை கேட்கவில்லை...
எனதருமை நானறிவேன்....
உன்தவறை உணர்ந்திடுவாய்....
நல்லதோர் வீணைஎனை
நலம்கெடவே புழுதியிலே
எரிந்தமைக்கு வருந்திடுவாய்....
எனதுரிமை மதித்துடுவாய்

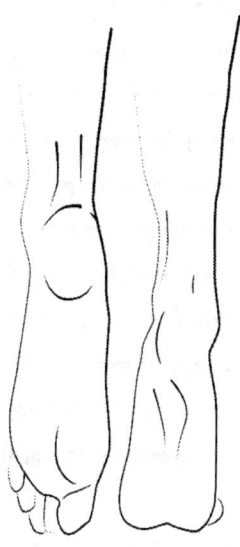

கடைசி கடித மடல்....வாராதே என் நினைவில்...

••••••••••

அக்கம்பக்கம் பிறந்திருந்தோம்,
ஒண்ணுமண்ணாய் வாழ்ந்திருந்தோம்
ஐய்யன்களனி உழுதிருக்க,
சில்வண்டாய் சிறகடித்து...
வரப்போர ஓடையிலே
மீன்பிடித்து ஆடிடுவோம்,
சேற்றில்புரண்டு எழுந்தபின்பு...
செம்மண்வீடு குயர்ந்திடுவோம்...
காலில்முள் குத்திடவே
மாத்திமாத்தி எடுத்திடுவோம்...
பள்ளிக்குசிட்டாய் பறந்திடுவோம்...
படித்துமேதை ஆயிடவே....
தினமுமொரு கனாகண்டு
கற்பனையில் மிதந்திடுவோம்

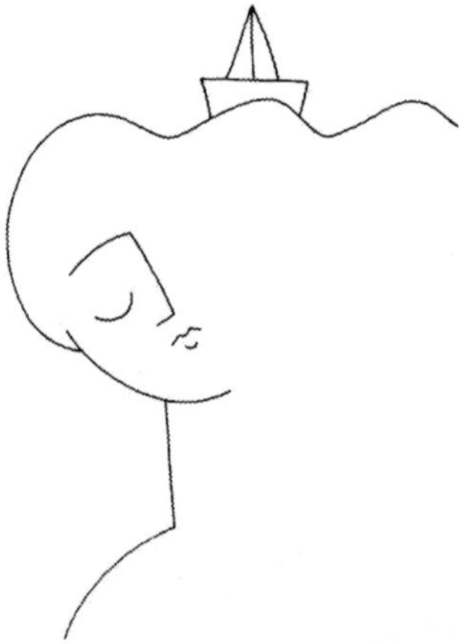

பட்டம்வாங்கும் என்கனவில்
விளையாடியது விதிவழியில்......
தாய்மாமன் குச்சுகட்ட....
குடிசையிலே குந்தவைத்து
குட்டியது மடமையெனும்
மானமற்றஊனசதி....

ஆற்றிக்கொண்டேன், தேற்றிக்கொண்டேன்...
ஆளுமையாய் உனைஉணர்ந்து....
குடிசைக்குள்ளே குன்றினாலும்....
நெனப்பெல்லாம் உனைசுற்றி.....

படிப்பில்உந்தன் தோள்ஊடாய்
சேரத்தான் வாய்ப்புஇல்ல....

என்னவன்நீ மேம்பட்டு
ஏற்றத்துடன் நிற்கையில...
என்வாழ்வில் உனக்குஇணை,
யார்வருவர்... எனைத்தவிர.

இறுமாப்பாய் எக்களித்து
அங்கலாய்ப்பில் நானிருக்க.....

நான்அடுப்பேற்றிய உலைபானை
அறியும்எந்தன் கனவுகளை

வதக்கியவட சட்டிசொல்லும்
வண்டிவண்டி உணர்வுகளை

சுருட்டிஎரித்த பணங்கீற்றின்
ஒளிநெருப்பும் அறியுமடா....
எந்தன்மன ஏக்கங்களை

என்இதயம் உனைநினைந்து
தேக்கிவைத்த நினைவலையை...
என்னுரைப்பேன்.... ஏதுரைப்பேன்....
என்பால்ய சினேகிதனே,
எனதருமை காதலனே....
நீபட்டம் வாங்கினயோ...
பட்டமானேன் வானில்நானே....

சட்டம்படித்து சாகசித்த
என்னவனே.. மன்னவனே
வருவாய்நீ மிகவிரைவில்
எனைமீட்டு கரையேற்ற...

எனைமறவான், என்இனியன்,
எனைக்காப்பான் புரட்சிக்காரன்....

புரளப்போவது அடக்குமுறை,
குலம்உயர்த்தி பிடித்துநின்று....

அடிமைத்தனம் தகர்த்திடுவான்.......
அதைசாய்ப்பான், இதைபெயர்ப்பான்....
நாளொன்றும் பொழுதொன்றாய்
இறுமாப்பாய் நானிருக்க....

அத்தனையும் கசக்கிஎவள்
காலடியில் புதைத்தனையோ...
இமைமூடி திறக்கையிலே.....
பேரிடியாய் வந்ததன்றோ...
வீதிவழி செய்திஒன்று...
விக்கித்து நான்நின்றேன்.....

என்னுயிரும் துடிதுடித்து
நிற்கநாளி ஆனதைய்யா....
ஆற்றஒரு நாதியின்றி...
நடுக்கத்துடன் உணர்வனைத்தும்
நாய்பாடுபட்டதைய்யா...

ஆணவள் ஒருவளுடன்
மஞ்சத்தில் ஒன்றிணைய,
அவளுடன் நீஜோடியாக....
காவல்நிலையம் தஞ்சமாமே,

காந்தர்வ மணம்புரிய
காவலரே ஏற்பாடு....

காட்டுத்தீயாய் கவ்வியதே...
கேடுகெட்ட செய்திஅது.....

மிரள்கொண்ட பார்வையிலே
வழிசலுடன் அவளருகில்
மாப்பிள்ளையாய் நீநின்ற
கண்கொள்ளா காட்சிகளும்
தோரணையும் சகிக்கலையே.....

கரிசக்காட்டில் நாகப்பாம்பை
கிலியாய்நீயும் பார்க்கையிலே....
இடக்கையில் பிடித்துஅதை
வலப்பக்கம் வீசினனே...

என்வீரம்தனை மறந்தனையோ....
விவரம்தான் வெழங்கலையோ....
புத்திதான் போதலையோ.....
காதலில்சுயம் மறந்தனையோ

நாகரீகம் எனும்பெயரில்
தொடைநடுங்கும் கோமாளி.....
நானிருக்கும் உன்னருகில்
ஓய்யாரமாய் வேறொருத்தி....

அவள்சரும மினுப்பென்ன...
ஆள்மயக்கும் சிரிப்பென்ன...
காற்றிலாடும் கேசத்தை.....
லாவகமாய் விலக்குதல்போல்,
உன்தோளில் அவள்சாய....
அவள்சாய்வில் நீதோய....

முனகலென்ன...சிணுங்கலென்ன,
காதோரம்நீஏதோ கிசுகிசுத்துகொஞ்சிநிற்க....
அவள்குழையும் குழைச்சலென்ன...
தோள்உரசி துவள்வதென்ன....
சரசமென்ன, சல்லாபமென்ன.....

அடகேடு கெட்டகெரகங்களா...
பொதுவுலயே காட்டுவீர்கள்...
படுக்கையறை வித்தைகளை....

வாக்கெனக்கு உரைத்தாயே...
மதிமயங்கி, மறந்தனையோ
நினைத்துநினைத்து பார்க்கையிலே...
ஈரக்கொலையும் பதறுதடா.....
பாடாய்படுத்தி எந்தன்
பாழ்மனதைநொறுக்குதடா,
எனைபோட்டு ஒடுக்குதடா....

என்புரட்சிக்கார புயலே
நீபுரட்டுக்காரன் ஆனதென்ன....
ஏதேதோ புலம்பிநின்று
வேடிக்கைகள் காட்டுகிறாய்......

கண்ணிமைக்கும் நேரத்திலே....
காரிகையை அருகணைத்து..
போட்டாயே ஒரு போடு...

காதல்...
எங்கு வரும்....
எப்படி வரும்,
யாரறிவர்னு.....

அடேய்.......
ஊர்ஏற்கும் உன்பசப்பை,
ஊடகம்ஏற்கும் உன்உருட்டை......

ஏமாற்றத்தின் உச்சத்திலே
ஏற்கமறுக்கு தென்மனசு....

எப்படிவரும் காதல்...
ஐயாஎப்படி வரும்காதல்

உனைஅங்குலமாய் செதுக்கிவைத்தேன்.......
ஊக்கம்தனை கொடுத்துவைத்தேன்...

பட்டம்வாங்கி முடித்தகையில்,
சூடினையோ அவள்கழுத்தில்...

உன்கல்லூரிக் கட்டணத்தை
கட்ட பட்டபாடுகளை
என்வேர்வை துளிகளைகேள்
சொல்லும் பலசோகக்கதை....
ஒதுக்கீடுஉனக்கீய வீதியெங்கும்நடந்தேனே....

நான்அடைந்த வேதனையை....
நீமறக்கலாகிடுமோ....
நான்மறந்தாலன்றோ நினைப்பதற்கு....
உன்ஏற்றம் உன்மேன்மை
என் உதிரத்துளிகளிலே
உயிரோடும் உரிமையடா....

அட....
காதலுக்குகாவு போனகாமுகனே....
இனமறுப்புமணமென்ன
மற்றவளை தேடுவதா...
உற்றவளை உடன்கொண்டு
உரிமைக்கொடி ஏத்திவிட்டு...
பிறக்கும் உன்சேய்களுக்கு
சாதிமறுப்பு செய்வதன்றோ...
சாதியற்ற சாசனத்தை
சரித்திரமாய் படைப்பதன்றோ......

பதருதடா பேதைநெஞ்சம்...
பச்சோந்தி உனைநினைந்து,
இனமானம் இழந்துநீயும்
மண்டூகம் ஆனதற்கு....

என்கறுப்புதேகத்தின் வெள்ளையானமனசினிலே...
காலமெல்லாம் உனைபூட்டி.... பூசூடிமகிழ்ந்தேனே.....

உலகறிவுகற்றவனுக் கெனையறியமுடியலையோ.....

ஆதிக்கன்தீண்டாளென எள்ளிநகையாடுகையில்.......
நீதீண்டி என்வாழ்க்கை மெருகேறும் எனநினைந்தேன்....

வைக்கபோர் வைப்பாட்டியாய்
வாவென்றவன் அழைக்கையிலே.....
அவன்மென்னிதனை திருகிடவே
நீவருவாய் எனநினைந்தேன்....

நினைத்துப்பார்...
உன்னவள்நான்அவனுக்கு ஊரறியாவப்பாட்டி,
அவனவள்உன்மடிசாய்ந்த மனைவியெனும்சீமாட்டியோ...

நெஞ்சத்து நெனைப்பினிலே,
கொள்ளிஅள்ளி கொட்டினியே.....
கொஞ்சநஞ்ச புகைச்சல்அல்ல........
கொட்டித்தீர்த்து முடித்துவிட....

காதலெனும் கத்தரிக்காய்
கண்டஇடம் காய்க்குமுன்னு........
நீ உருட்டும் உருட்டைப்போல....
அவனுக்கேன் தோணவில்லை....

கண்டவுடன் காதல்எனும்...
கேவலமாய் ஈனக்காதல்....
பெண்மையிலே பேதமிட்டு
ஆணவமாய் அவனிருக்க...
உனதாளுமைதான் போனதெங்கே...
மனயீர்ப்பா உடலீர்ப்பா
மண்மைந்தி எனைஒதுக்கி
மாற்றுக்காதல் கொண்டதுஏன்

நீமுறை தவறாவேந்தனென்ற...
எம்நினைப்பில் வேட்டுவைத்து...
அவளிடம் நீகண்டதென்ன...
காணாததை கண்டதென்ன...

செல்லாது செல்லாது
ஒருபோதும் செல்லாது....
ஆகாதுஆகாது என்னவனே...ஆகாது....

நான்உந்தன் அருகிலிருந்தால்...
வந்திடுமோ...கத்திக்குத்தும்,
வாள்வீச்சும்...வன்கொலையும்...

ஆணவத்தின் உச்சபச்சம்....
உனை தீண்டலாகிடுமோ....

என்மனஅக்னிபிம்பம் உனக்காகவாடுதடா....
காதலென்னும் களிசடையில்
காததூரம் சென்றவனே....

வீரமின்றி வீணவனின்
வீச்சினிலே மாய்ந்தவனே......

போதும்....
இதுவே நானெழுதும் கடைசியானஇறங்கல்மடல்...
அட...காதல்மடல் இல்லையப்பா....

உனைபோன்ற கோழையின்பால்
காதலுமேகானல் நீர்தான்...
உனக்குஇனி என்நினைவில்
இடமில்லை இடமில்லை...
என்றென்றும் இடமில்லை
வாராதே... என் நினைவில்
வலிந்தழையேன் வாராதே.....
வலிமிகுந்த உணர்வுடனே
உனக்கு எந்தன் அஞ்சலிகள்

டிஜிட்டல் வாழ்க்கை

•••••••••

அர்ஜெண்ட்அர்ஜெண்டாய் ஒருவாழ்க்கை
அரைநொடியில் பணிமுடிக்கும்
ஆர்ட்டிஃபிசியல் இண்டெலிஜென்ஸ்...

ஆர்ட்டிஃபிசியல் ஆரம்சூடி
அந்திநேரம் அவள்வருகை...

இனியவளே அலெக்ஸா
எனஅழைக்க உடனடியாய்
கொஞ்சுமொழி கிளியைபோல்
பதிலளித்தாள் கூகிள்மங்கை

ஈனஸ்வர இசைஇசைத்து
ஆட்டோட்யூனர் ஆத்மநண்பன்

உடன்உறங்கி எழுகின்றான்
காதினுள்ளே ஏர்பாட்நண்பன்
இசைவழங்கும் ஏற்பாட்டாளன்...

ஊக்கம்ஏற்றி உடல்வளர்க்க
பாட்டிலிலே பவுடர்புரோட்டீன்
உடனடியாய் உடல்இழைக்க
முகநூலில் பயிற்சியாளன்

எங்கும் டிஜிட்டல்
எதிலும் டிஜிட்டல்...
பிளாஸ்டிக்பணம் பர்சில்இருந்து
ஏறுமாறாய் எகிறிஎழுந்து
இயங்குதிந்த பூவுலகம்

ஓசோன்ஓட்டையில் சுற்றுசூழல்சுழல
வனமும்வற்றி தரிசாய்ஆனதே
பிராணிஅனைத்தும் புஞ்சைதேடி
மக்கள்இடத்தை ஆக்ராமித்ததே
ஐராகாக்க மின்பொறிவேலி,
கட்டிப்போடகணினிபொறி
உலகம் வெப்பமாகியதே
சம்மிட்மாறி சம்மிட்நடத்தியும்
பூமிகுளிர்விக்க வழிஏதுமிலையே
ஒவ்வொன்றாய் மாறியதே...
ஓய்ந்திருக்க ஆகலயே...
வரிசைகட்டும் நோய்நொடியிடையே
ஔசதமும் ஆர்ட்டிஃபிசியல்
ஆனக்கதை அறிவீரோ....

அன்றாடம் எந்திரமாய்

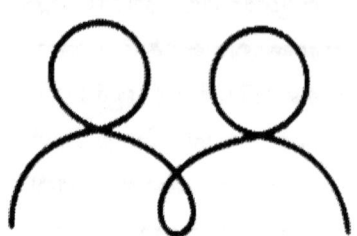

போக்குவரத்து நெரிசலான
நகரசாலையோரத்திலே...
அலுவல்நீண்ட கடினநாளின்
பின்னந்தி பொழுதினிலே....
பேருந்து காத்திருப்பு....
கால்கடுத்து கெஞ்சுதம்மா....
ஓரம்கொஞ்சம் சாயேன்தாயே....
கிட்டும்சிறிது ஆசுவாசம்...

ஓரமெங்கும் குட்காபிசேகம்
சுற்றிசுற்றி மாவாதீர்த்தம்
பேருந்துநிறுத்த புண்ணியதலத்திலே....
எங்கேசாய......எப்படிசாய....

ஒருசிலநிமிடம் பொறுத்திருமனமே....
பேருந்துஏறி வீடடைந்ததுமே......
தலையணைசாய்த்து தருவேன்உனக்கு
அழகாய்அமர்த்தி அருமைஓய்வு....

கால்மணிபோய் முக்கால்மணியாய்......
பேருந்தும்வரல....குந்தஇடம்இல்ல...
ஒருபக்கம்புகைஊதும் பட்டண மைனர்கள்...
மறுபக்கம்இமைமூடா ரோமியோசகாக்கள்..
ஒன்றுமாற்றி ஒன்றுவைத்து

வதைத்தகாலும் ஓயலாச்சு.....
துள்ளும்பசுவின் கன்றுபோல
கிள்ளும் வயிற்றுபசியும்சேர....
தாகம் தவித்து தொண்டை வரள
கைகள்தானாய் பையைதுழாவ
காலிகுடுவை.... விரலை கடித்தது
தாகத்தோடு நாக்கும்வறள
கால்கள்வலியில் தவிக்கலாச்சு

அட......

இடையில்ஊடே யாரையாஇவன்...
மூடியகறுப்பு கண்ணாடிகவசம்...
குதிரைபோல சாகசம்செய்யும்
முதுகுஉப்பிய மோட்டார்வண்டி...
புர்ரம்ரம் ரம்ரம் புர்ரம்னு...
வாழ்வுசிறக்க கணவன்வேண்டி
கால்நடைநடக்கும் யுவதிபோல
மூன்றாம்முறையாய் பஸ்நிறுத்தத்தை
பிரகாரம்போல சுற்றிசுற்றி
அளந்துகடந்து நின்றதுசென்றது...
தலைக்கவசம் திரும்பிபார்க்குது...
மெல்லநகர்ந்து போவுதுவருகுது .
ம்ம்ம்....
ஏதோதேவியை பரிதனில்ஏற்றி
பாங்காய்நகர்வலம் பதமாய்சென்றிட
ஆவலிலிருக்கும் இருசக்கரஇளையோன்....

நமக்கோர்வேந்தன் பகட்டாய்கிடைத்தால்....
வலியால்துடித்த கால்கள்இரண்டும்...
பகடியாய்பார்த்து நையாண்டிஓலம்....
நன்றாயிருக்கும்....நலமாயிருக்கும்..
தண்டமடிநீ....தறிகெட்டவளே
பரிவைத்தவனை சரிக்கட்டியிருந்தால்....
சங்கடமின்றி ஓடிடும்காலம்....
அய்யகோ அய்யகோ....

சாலைநடுவே....களேபரத்தினூடே...
சின்னஇடையில் குட்டையுடையில்,
குதிகாலுயர்ந்த காலணிஅணிந்து,
பரிநடையுடன் பறக்கும்பாவையாய்,
தேவதைமிதந்து ஒயிலாய்நடந்து
மிடுக்காய்சென்று மதப்பாய்ஏறி
சக்கரன்பின்னே இடைபிடித்தமர
(தலை)கவசபரிசேவை வேகமாய்பறந்தது.

என்கால்கள் எனைநோக்கிமீண்டும்.....
வீணாய்போன விடியாமூஞ்சி....
பரிக்குத்தான்துப்பில்லை...பாளாய்போனவளே..
நாங்கள்படும்வேதனை உரைக்கலையோஉனக்கு..
உன்உருப்படாத உடலைநகர்த்தி
இருக்கையில்போய் சாய்த்துநிறுத்து
கால்களின்கெஞ்சல் மிரட்டல்கட்டளைக்கு
செவிசாய்த்தமரசற்றே கொஞ்சம்
திரும்பி இடம்தேட எண்ணிஇருக்கையில்....
வந்ததெந்தன்பேருந்து... வயிற்றைபிதுக்கி

கூட்டம்புகுந்து உள்ளேஏற
தள்ளுமுள்ளுடனே நிற்கஇடமில்லை
தாங்கிகொண்டுதாங்கி நிற்கையில்
இடையில்இடி ராஜாக்கள்தொல்லை
ஆடிஅசைந்து சாலையில்நீந்தி
பேருந்துஎனைகொண்டு வீட்டாருகேஉமிழ்ந்திடவே
தளர்வாய்இல்லம் சென்றவுடன்...
இந்தநாளும்முடிந்ததென பெருமூச்சுவிடுகையிலே
வயிறுசற்றுமுணுமுணுக்க கால்வேதனைதொடர்ந்துவர
பசியும்வலியும் ஒன்றோடொன்று
முட்டிக்கொண்டு மோதிக்கொள்ள
ஒருகுவளை குளிர்நீரில் சமரசமும்ஆனதுவே
ஆளுக்கொருசுவையுக்கேற்ப ஆரம்பமானதடுப்படிவேலை
வீதியோரஒலிபெருக்கி உச்சஸ்தாயில்ஒலித்ததுவே
மங்கையராய் பிறப்பதற்கே மாதவம்
செய்திடல்வேண்டுமம்மா.......

நான் காணும் விவசாயம்

சிகுபுகுசிகுவென சென்றதுபுகைரெயில்...
அம்மாமடியில் அயர்வாய்அமர்ந்து
ஆடிஅசைந்து சென்றதுபயணம்...
ஊர்ந்துசெல்லும் ரெயிலின்வெளியே....
பச்சைபசேலென்று கம்பளம்பார்த்து....
அம்மாவிடம் நான்
போர்வைவிரித்தது எவரெனவினவ,
வெளியில்விரிந்தது போர்வையில்லைகண்ணே....
அதுதான்நெல்வயல்என அம்மாவின்பதில்...
அப்டின்னாஎன்ன... திருப்பிஎன்தொல்லை...
நாம்சாப்பிடும்சோறு தந்திடும்பயிரிது....
குடையுமென்கேள்விக்கு அம்மாவின்உடன்பதில்....

அடுத்தநாள்வகுப்பில் விடுமுறைபகிர்வினில்...
ஊரிலிருந்துரெயிலில் வருகையில்...
சோறுகாய்க்கும் செடிகள்கண்டேன்...
கொல்லெனசிரித்த மாணாக்கர்மத்தியில்
ஆசிரியைசொன்னார்...அதுதான்நெற்பயிர்....
நெல்லைதிரித்தால் அரிசிகிடைக்கும்...
அரிசியைசமைத்தால் சோறுகிடைக்கும்...

வருடம்போனது...
நகரவாழ்க்கை முடிவுக்குவரவே...
பிழைப்புதள்ளிற்று கிராமவாழ்க்கையில்....
மற்றசிறாருடன்... கூடையுடன்சென்றேன்...
ஆழஉளுதிடும் களனியில்மேல்வரும்
தொழியினில்தோய்ந்த சுள்ளிசேகரிக்க...

முன்னேசென்ற கலப்பைபின்னே...
மண்ணைகலப்பை கிளறுகையிலே
எட்டிபார்க்கும் சுள்ளிகுச்சிகள்...
ஓடோடிசென்று பொறுக்கிகுவித்து
கடவத்தில்வைத்து தூக்கிசுமந்தேன்....
அம்மாஏற்றும் அடுப்பில்நின்று
அழகாய்எரியும் களனியின்சுள்ளி...
உலையில்சம்பா சோற்றின்வாசம்....
வயலைபார்த்தால் வந்ததேமகிழ்ச்சி...
உளுதுமரமடித்த சேற்றுவயலின்
நடுவில்குழைகளை தறித்திடும் காட்சி
கருத்தாய்சொன்னது, சுள்ளியின்சூட்சுமம்...
பசுந்தழைஉரத்தின் மறுசுழற்சியென்று....
இயற்கையும்வேளாணும் ஒன்றுடன் ஒன்று
பின்னிபிணைந்து கலந்ததுஎன்று....
பள்ளிவேலையில் மும்முரமானபின்...
வயலின்மீது கவனசிதறல்....
பெரியவகுப்பு, நிறையபடிப்பு....
சுள்ளியும்போச்சு துள்ளலும்போச்சு
பள்ளியில்கவனம் கூடுதலாச்சு
புத்தகபுழுவாய் ஆனதும்ஆச்சு...

கல்வியும்முடிந்து வருடம்கடந்து
வயலைபார்த்தேன்... என்னேமாற்றம்..
இயற்கைசேற்றின் வாசம்எங்கே...
இனமறியாநெடி வந்ததுஅங்கே...
வயலின்நடுவே..பொன்னையன்தாத்தா...
கையிலெடுத்து தூவுவதென்ன...
சீனிபோலே தோன்றியபொடியில்
இருந்துவந்தது மூக்கிலேநெடி....

இப்போபுரியுது...புதினத்தில்படித்த
பசுமைபுரட்சி...பண்ணை புரட்சி
தழையுரம்போயி, வேதியுரம்வந்தது...
அகன்றதுஇயற்கை.....நுழைந்ததுசெயற்கை
குறைந்தஉழைப்பு..அதிகவிளைச்சல்,
மலர்ந்ததுபுதுமை...விழுந்ததுமகசூல்
விதையில்கலப்பு.....பயிரில்குறைப்பு
மடிந்ததன்றோ உணவின்மகிமை...
சுயசார்ப்புவாழ்க்கை போனதுஎங்கே...
பூமியும்விசமாய் ஆனதுஇங்கே
விளையும்விளைச்சலும் வீணாய்போனது...
இயற்கைவிவசாயம் இறுதிக்குவந்தது.....
வேளாண்கடனும் கழுத்தைநெறித்ததே...
விவசாயிதற்கொலை பெருகிபோனதே...
புரட்சிபுரட்டு புழுதியில்புரண்டது
விவசாயிவாழ்க்கை நலிந்துபோனது...
நான்கண்டவிவசாயம் எங்கேபோனது.

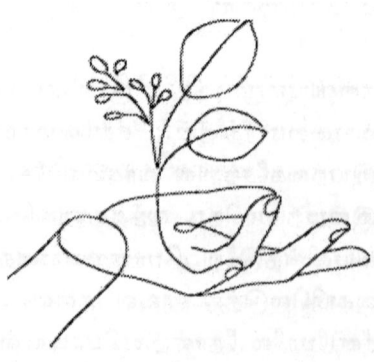

தனிமை

••••••••••

பொட்டு வைத்தேன்
பொட்டிலே அறைந்தார் பெற்றவர்...
பேடுகாரியம் செய்வதுதகுமோ
வதைக்கிறியேஎனை சூசகமாய்அம்மா....
வெளியேதலையை காட்டமுடியலியே...
மானம்போகுது மறுவியஅண்ணன்...
கல்யாணஅகதியாய் கரைசேரலாகாது
மூலையில்நின்று புலம்பியஅக்கா....
இரவில்தனியாக படுத்துயோசித்தால்
தவறென்னசெய்தேன்....ஏதும்புரியலை...
வீடுவாசல் தெருவீதிபள்ளி...
எங்கும்வெறுமை, உணர்ந்தேன்தனிமை....
ஓடினேன்சுற்றம் தினம்எனைதுரத்த...
கைகெட்டாவாழ்க்கையை நானும்துரத்த...
எட்டிபிடித்ததோ ஏளனபொழப்பை....
காணுமிடமெல்லாம் சூழ்ச்சிகண்ணி...
பணிகேட்டால் வலிந்துபோட்டதுபிச்சை....
உதவிசெய்ய என்கதைகேட்டு
விலைபேசியதுஎன் சதைக்கிவ்வுலகம்...
அரிதாரம்பூசி அல்லும்பகலும்
பாழாய்போனது மாண்பும்பண்பும்
களைத்துபடுக்கையில் சாய்கையிலே
ஓயாதனிமை, தொடுத்ததுவெறுமை....
சுற்றம்தொல்லை சுற்றிஇருக்கையிலே

பிடியாய்பிடித்தது தூரத்தில்தனிமை...
வாழ்க்கைதுரத்தும் காலப்போக்கிலே
அருகில்வந்து சிரித்ததுதனிமை...
மொத்தத்தில்தனிமைக்கு வறுமையோவறுமை
அனுதினம்வாழ்வில் வெறுமையோவெறுமை...

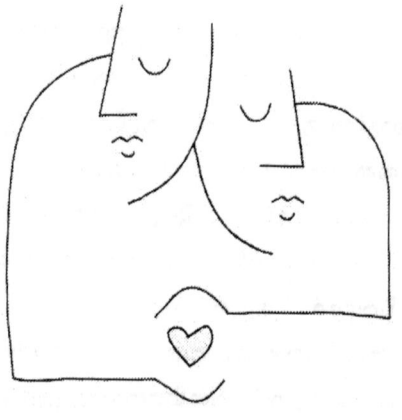

மாண்புதனைப் போற்றும் சான்றோரே....

•••••••••

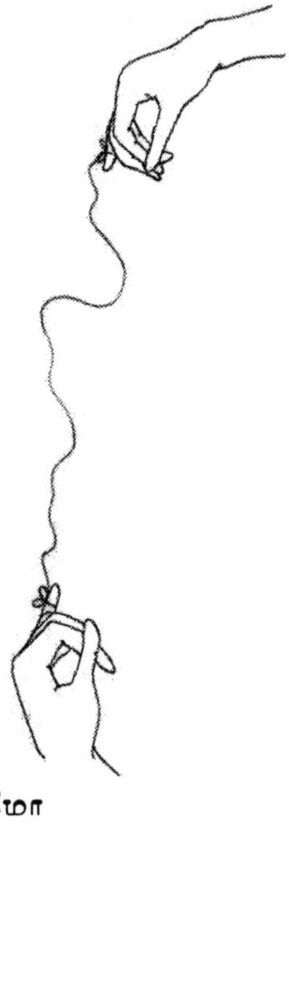

பெண்மையெனும் மனம்திளைக்க....
ஈன்றோர்இகழ்ந்து மகவல்லஎன்றுரைக்க
சொந்தமல்லஎன்றுதரும் கருவறைபந்தங்கள்
தோழமைமறுத்த துணைதரும்சகாக்கள்
கல்விகடிந்த பள்ளிக்கூடம்
திறன்தரமறுத்த பட்டறைபசப்புகள்
பணிதரமறுக்கம் வர்த்தகவர்க்கம்
காழ்ப்பைஉமிழும் கயமைகாதல்
கவ்வதுடிக்கும் காமுககாளைகள்
கருவறைகருவுற இயற்கையின்மறுப்பு
மனதினில்கருவுற மறுத்திடும்சட்டம்
ஒடுக்குதல்தூற்றுதல் பழித்திடல்தாங்கி
வாழ்வெனும்வழியில் வழிந்திடலானேன்
வாங்குபொருளாய் வலிமையின்கையில்
சமுதாயசந்தை சரக்காய்நினைக்க
பெண்மையின்மென்மையை அடக்கிடல்தகுமோ
மனத்தின்தாளை திறந்திடுமனிதா
மனிதமெனும் சாவியைக்கொண்டு
சலித்தலும்தகுமோ சான்றுரைத்தோரே
மாண்பினைபோற்றும் மதிப்புமிகுந்தோரே.....